இந்திய ஜனநாயகம் எங்கே போகிறது?

கலைஞர் மு. கருணாநிதி

Title: India Jananayagam Enge Pogirathu

Author: M. Karunanidhi

Language: Tamil

First Published on: 1984

Year of Publication: 2024

Book Format: Paperback

*Page Size: 6inch * 9inch*

Category: Essays

Subject: Political Essays

No. of pages: 42

ISBN: 978-81-996450-8-0

Published by: Nilan Publishers, Madurai, Tamilnadu, India

பொருளடக்கம்

குறிப்புகளுக்காக

இந்நூல்...

தலைவர் கலைஞர் அவர்கள், 1984 செப்டம்பர் 15, 16 ஆகிய நாட்களில் காஞ்சிபுரத்தில் நடை பெற்ற அண்ணா மாவட்ட தி. மு.க. மாநாட்டில் ஆற்றிய நிறைவுப் பேருரை இந்நூல் வடிவில் தலைமைக் கழகத்தால் வெளியிடப்படுகிறது.

தலைமைக்கழகம் (தி. மு. க.)

“இந்தியாவிலே இன்றைக்கு இருக்கின்ற ஆட்சி அமைப்பு முறை-ஜனநாயகமுறை மாற்றப்பட்டு, ஜனதிபதி ஆட்சிமுறை- ஜனாதிபதி ஆட்சிமுறை என்றால், டெல்லிப் பட்டணத்திலே இருக்கின்ற பெரிய கட்டிடத்திலே அமர்ந்து ஜெயில்சிங் மத்திய அரசின் கைப் பாவையாக இருக்கின்றாரே அதுபோல அல்ல!.

இலங்கையில் ஜெயவர்த்தனே இருக்கிறாரே, அது போன்ற ஜனாதிபதியாக, இங்கே இந்திராகாந்தி ஆளத் துடிக்கிறார். இப்போது ஜனாதிபதி ஆட்சி முறை வருவதால், ஜனநாயகத்திற்கு ஆபத்து வராது என்று சொல்லுகிறார்கள்.

புலி பாய்வதால் குழந்தையின் உடம்பிலே காயம் ஏற்படாது என்று சொன்னால் அது எப்படி, பைத்தியக்காரத்தனமோ-, பாம்பு கடித்தால் விஷம் ஏறாது என்று சொன்னால் அது எவ்வளவு முட்டாள்தனமோ-அல்லது மற்றவர்களை முட்டாள்களாக எண்ணிக் கொண்டிருக்கிறார்களோ!

அதைப் போலத்தான் ஜனாதிபதி ஆட்சி முறை வந்தால் ஜனநாயகத்திற்கு கேடு வராது என்று எடுத்து வைக்கின்ற வாதம்.”

தலைவர் கலைஞர்

இந்திய ஜனநாயகம், எங்கே போகிறது?

அண்ணா மாவட்ட தி. மு. கழகத்தினுடைய ஆறாவது மாநாட்டில் நேற்றும் இன்றும் கண்கொள்ளாக் காட்சியாக உங்களையெல்லாம் பார்த்து பரவசமடைந்து என்ன பேசுவது என்று தெரியாத நிலையில் உங்கள் முன் நான் நின்று கொண்டிருக்கின்றேன்.

இந்த மாநாடு நடைபெற வேண்டும் என்று நாங்கள் எண்ணிய போது மாநாட்டை நடத்துகின்ற நண்பர் களுக்குத் தரப்பட்ட அவகாசத்தை சிந்திக்கிற போது-- இவ்வளவு சிறப்பாக இந்த மாநாடு நடைபெறுமா என்று நாங்கள் எண்ணியது உண்டு.

ஆனால் இது வரையில் நடைபெற்றுள்ள மாவட்ட மாநாடுகளையெல்லாம் மிஞ்சுகின்ற அளவிற்கு அண்ணா மாவட்ட தி. மு. கழகத்தினுடைய மாநாடு நேற்றும் இன்றும் எழிலுற எழுச்சியுற நடைபெற்று மாநாட்டின் நிறைவுக் கட்டம்-நான் உங்களையெல்லாம் வழியனுப்புகிற கட்டம் -நீங்களும் எனக்கு விடை கொடுத்து சென்னைக்கு அனுப்புகிற கட்டம் இந்தக் கட்டம்.

இந்த மாநாட்டின் சிறப்புகளை எனக்கு முன் உரை யாற்றிய கழகத்தின் பொதுச்செயலாளர் பேராசிரியர் அவர்கள் மிக விளக்கமாக தன் நீண்ட உரையிலே எடுத்துக் கூறியிருக்கின்றார்.

மாநாட்டுப் பந்தல்- மாநாட்டின் முகப்பு- நாம் அமர்ந்து கருத்துக்களை வழங்கிக் கொண்டிருக்கின்ற இந்த மேடை- இந்த அரங்கம் இவைகளெல்லாம் எத்தகைய பெரும் தியாகிகளுடைய பெயரால் அமைந்துள்ளன என்ற விளக்கங்களை அவர் இங்கே அளித்துள்ளார்.

பேரறிஞர் அண்ணா அவர்களோடு பழகி, நமக் கெல்லாம் நெருங்கிய நண்பர்களாக இருந்து கழகப் பணியாற்றி இடம்

எதுவானாலும் லட்சியத்தை எள்ளளவும் விட்டுத் தராமல் பாடுபட்டு பணியாற்றிய மறைந்துவிட்ட மாணிக்கங்களை மறவாமல் அவர் களுடைய பெயரால் நுழைவு வாயில்களும், தோரண வாயில்களும் அமைத்திருக்கிறோம் என்பதையும் பேரா சிரியர் இங்கே எடுத்துக் காட்டியிருக்கின்றார்.

இந்த மாநாடு நடைபெறுகின்ற இந்த இடத்திற்கு நாம் சூட்டியிருக்கின்ற பெயர் குன்றத்தூர் சம்பந்தம் திடல்.

1978ம் ஆண்டு இந்திராகாந்தி அம்மையாருடைய தமிழக வருகையின் போது அவர்கள் 75ம் ஆண்டு முதல் தொடர்ந்து நடத்திய சர்வாதிகார கொடுமைகளை அவர்களுக்கு நினைவூட்டவும், இனி அந்த கொடுமை ள் நடைபெறக்கூடாது என்பதை அறிவுறுத்தவும் தி.மு.கழகத்தின் சார்பில் நடத்தப்பட்ட கறுப்புக்கொடி போராட்டத்தில் அந்தக் கொடி காட்டுகிற பணியிலே தன்னை ஈடுபடுத்திக் கொண்டு "இந்திராகாந்தி அவர்களே! சர்வாதிகாரக் கொடுமையில் இந்திய மக்களை சீரழித்தவர்களே! திரும்பிப் போங்கள்" என்று உணர்ச்சிக்குரல் எழுப்பி அந்த உணர்ச்சியின் காரணமாகவே நெஞ்சு வலியால் தாக்கப்பட்டு மரணமடைந்த மாவீரன் தான் குன்றத்தூர் சம்பந்தம்.

இந்த மாவட்டத்தினுடைய கழகத்தின் செயலாளராகவும் இருந்தவர் அவர். அமைதியின் உருவம், ஆர்ப்பாட்டம் இல்லாமல் கழகத்தை நடத்துகின்ற பண்பாளர். அந்த மறைந்த மாவீரனுடைய பெயரால்தான் இந்தத் திடல் "குன்றத்தூர் சம்பந்தம் திடல்" என்று நம்மால் பெயர் சூட்டப்பட்டிருக்கின்றது.

பந்தலுக்கு இட்டிருக்கின்ற பெயர் ஒரு பகுத்தறிவுச் சிங்கத்தின் பெயர்!

பேரறிஞர் அண்ணா அவர்கள் கம்பன் இராவணனை 'இரக்கமிலா அரக்கன்' என்று எழுதிய ஒரு சொற் றொடரை மறுப்பதற்காக ஒரு நாடகமே எழுதினார்.

'இரக்கமிலா அரக்கன்' என்று இராவணனை கம்பன் விமர்சித்தது தவறு என்பதை எடுத்துக் காட்ட அண்ணா தீட்டிய நாடகத்திற்கு அவர் இட்ட பெயர் 'நீதிதேவன் மயக்கம்.'

இராவணன் நீதிதேவனுக்கு முன்னால் வந்து வாதாடுவான்.

இராவணன் உருவத்திலே-அந்தப் பாத்திரம் தாங்கி அண்ணா நிற்பார். கம்பன் வேடத்திலே நண்பர் சி. வி எம். அண்ணாமலை நடிப்பார். கம்பனும் இராவணனும் வாதாடுவதைக் கேட்டுக் கேட்டு என்ன தீர்ப்பளிப்பது என்று புரியாது தயங்கிய நிலையில் இராவணனுடைய வாதங்களுக்கு ஈடு கொடுக்க முடியாமல் அந்த வாதத்தை வைத்து தீர்ப்பு எழுதினால் இராவணனுக்கு சாதகமாகத் தானே தீர்ப்பு எழுத வேண்டும். "நீ அரக்கனல்ல. நீ தமிழன். ஆனால் கம்பர் உன்னை அரக்கன் எனக் குறிப்பிட்டார்'' என்று தானே தீர்ப்பு எழுத வேண்டும் என்ற சங்கடத்திற்கு ஆளாகி நீதிதேவன் எந்தத் தீர்ப்பும் வழங்காமல் மயங்கி விழுந்து விடுவான். அந்த நீதிதேவனாக அன்றைக்கு நடித்தவர்தான் நமது பேராசிரியர் அவர் கள்.

அந்த இராவணன் பாத்திரத்தை அண்ணா அவர்கள் மறைந்த பிறகு அதை ஏற்று இதே காஞ்சி மண்ணில் என்னை முன்னிலை வகிக்கச் செய்து நடித்துக் காட்டிய மாவீரன் கம்பராஜபுரம் ராஜகோபால்.

பாத்திரமேற்று நடித்தது மாத்திரமல்ல: இயல்பும் இராவணனது வீர இயல்புதான். ஓராண்டு காலம் வேலூர் சிறைச்சாலையில் மிசாக் கைதியாக இருந்தபோது அவர் எப்படியெல்லாம் அங்கே நடந்து கொண்டார், எந்த அளவுக்கு உறுதியோடு, நெஞ்சுரத்தோடு அந்த சிறைச் சாலையில் அவர் சிங்கமென உலவினார் என்ற நிகழ்ச்சிகளை தம்பி துரை முருகனும், வி. எம். தேவராஜ் போன்றவர்களும் எனக்குப் பலமுறை எடுத்துச் சொல்லியிருக் கின்றார்கள். அந்த

வீரனுடைய பெயரால்தான் இந்த பந்தல் அமைக்கப்பட்டிருக்கிறது.

ஆந்திரத்திலே படுகொலை செய்யப்பட்ட ஜனநாயகத்தை உயிர்ப்பிக்க வேண்டுமென்று நாடு முழுதும் குறிப்பாக தமிழகம் தழுவிய போராட்டம் ஒன்றினை நாம் நடத்திய நேரத்தில் குன்றத்தூர் வீதிகளில் கொடி பிடித்து இந்திராகாந்தியின் ஜனநாயகப் படுகொலையை ஊருக்கும் உலகுக்கும் அறிவிக்க தனது மனையாளையும் மக்களை யும் தவிக்க விட்டு விட்டு நம்மையும் கண்ணீர்க்குளத்தில் மிதக்க விட்டுவிட்டு தனக்குத்தானே தணல் மூட்டிக் கொண்டு மாண்ட குன்றத்தூர் ஏகாம்பரம் பெயரால் முகப்பு!

அண்ணா அவர்களோடு பழகி அண்ணா அவர்கள் தி.மு.கழகத்தைத் தொடங்கிய நேரத்தில் ஒரு நாளேடு தேவை என்று எண்ணிய நேரத்தில் "நடத்த நானிருக்கிறேன் அண்ணா" என்று முன் வந்து 'மாலைமணி' என்கின்ற நாளேட்டைத் தொடங்கி அண்ணா அவர்கள் அதற்கு ஆசிரியராகப் பொறுப்பேற்று சில ஆண்டு காலம் அதை நடத்தி அதன் பிறகு வேறு பணிகளின் காரணமாக அண்ணா அதன் ஆசிரியர். பொறுப்பிலிருந்து விலகிக்கொள்ள நான் ஆசிரியர் பொறுப்பேற்று நடத்திய 'மாலைமணி' ஏட்டின் உரிமையாளராகவும், கழக வரலாற் றின் தொகுப்பாளராகவும் விளங்கிய, இறுதிக் காலம் வரையில் லட்சிய முரசு கொட்டிய டி. எம். பார்த்தசாரதி அவர்கள் பெயரால் இந்த அரங்கு!

இப்படிப்பட்ட தியாகத் திருவுருவங்களை மதிக்கின்ற வகையில் இந்த மாநாடு அமையப் பெற்று மிகச்சீரோடும் சிறப்போடும் நடைபெற்றுக்கொண்டிருக்கிறது.

இந்த மாநாட்டிலே வழக்கம் போல நீங்கள் என்னிடத்திலே எதிர்பார்ப்பது இன்னும் வசூலைச் சொல்லவில்லையே என்பதுதான்.

நான் தொடக்கத்திலேயே சொன்னேன். நேற்று வரவேற்புக் குழுத் தலைவர் மதுராந்தகம் ஆறுமுகம் அவர் கள்

வரவேற்புரையாற்றும் போது இந்த மாநாட்டிற்கு செலவு அதிகமாகிவிட்டது என்பதையும், அதே நேரத்தில் ஆடி ஓடி அலைந்து இந்த மாநாட்டிற்கான நிதியினை அவரும் மற்றவர்களும் வசூலிக்க இயலவில்லை என்பதையும் வேதனையோடு வெளியிட்டார்.

இந்த மாவட்டத்தைப் பொறுத்தவரை கழகத்திற்கு தேர்தல் நிதியானாலும் என்னுடைய மணிவிழாவின் பேரால் திரட்டப்பட்ட தேர்தல் நிதியானாலும் இந்த இரண்டு நிதிகளுக்கும் பெருந்தொகை வழங்கிய மாவட்டங்களில் ஒன்று அண்ணா மாவட்டம்.

அந்தக் காரணத்தினால்தான் பல இடங்களுக்குச் சென்று அலைந்து திரிந்து மேலும் மேலும் நிதியினைப்பெற இயலாத சூழல் இந்த மாநாட்டை நடத்தியவர்களுக்கு!

மாநாடுகள் பல இடங்களில் நடைபெற்றன என்றாலும் கூட நுழைவுக் கட்டணமாக தந்து மாநாட்டிற்குள்ளே வந்து அமர்ந்து மாநாட்டை கவனித்துக் கேட்டு கண்டு களித்து உணர்வு பெற்று செல்லுகின்றவர்களின் தொகை கூட இதுவரை நடை பெற்ற மாவட்ட மாநாடுகளையெல்லாம் மிஞ்சத்தக்க அளவிற்கு இங்கே இருக்கிறது என்ற கணக்கை நான் உங்களுக்கு சொல்ல வேண்டுமேயானால், மாநாடு நுழைவுக்கட்டணத்தின் மூலம் அதிகமாக வசூலான ஒரே ஒரு மாவட்டம் தஞ்சைமாவட்டம்தான். மன்னிக்க வேண்டும் என்னுடைய தஞ்சை மாவட்டம் தான்!

ஆனால் என்னையும் வென்று காட்டிவிட்டது அண்ணா மாவட்டம்!

என்ன இருந்தாலும் தஞ்சை மாவட்டம் தம்பி மாவட் டம். இது அண்ணா மாவட்டம் அல்லவா! (பலத்த கை தட்டல்)

எனவே நுழைவுக் கட்டண வசூலில் கூட இது வரையில் முன்னணியில் இருந்த தஞ்சை மாவட்டம்- கோ.சி. மணி அவர்களும் மன்னை அவர்களும் மற்றவர்களும் முன்நின்று

நடத்திய அந்த மாநாட்டின் மூலம் கிடைத்த நுழைவுக் கட்டணத்தைவிட மிக அதிக அளவு நுழைவுக் கட்டணம் இந்த மாநாட்டின் மூலமாக கிடைத்திருக்கிறது.

எல்லா மாநாடுகளுக்கும் மகளிர்கள் ஏராளமாக வந் திருந்தாலும் கூட - மற்ற மாநாடுகளிலே வராத அளவிற்கு, ஏராளமான தாய்மார்கள் இந்த அண்ணா மாவட்ட மாநாட்டிற்குத்தான் வருகை தந்திருக்கிறார்கள்.

இவ்வளவுக்கும் பிறகு முதலமைச்சர் எம்.ஜி.ஆர், "அண்ணா மாவட்டம் என்ற பெயரை பொதுமக்கள் யாரும் விரும்பவில்லை. கருணாநிதி ஒருவர்தான் சொல்லிக் கொண்டிருக்கிறார்" என்று நேற்று திருச்சியில் நிருபர்களுக்கு அளித்த பேட்டியில் சொல்லியிருக்கிறார்.

எம்.ஜி. ஆருக்கு நான் சொல்லிக் கொள்வேன்.

இங்கே குழுமியிருக்கின்ற இந்தக் கூட்டத்தை உங்கள் ஒற்றர்கள் மூலமாக நீங்கள் அறிவீர்கள்: அறிந்து கொள்ளவேண்டும். எனக்குக் காவல்துறை நண்பர்களைப் பற்றித் தெரியும். அவர்கள் ஒரு காலத்தில் என்னிடம் பணியாற்றிய காரணத்தால்!

ஒரு லட்சம் பேர் எதிர்க்கட்சி கூட்டத்திற்குக் கூடினால் அதை அப்படியே ஆட்சியில் இருப்பவர்களிடத்தில் சொன்னால் கோபிப்பார்களோ என்று பயந்து இருபதாயிரம் பேர் என்று சொல்லுவார்கள். இது காவல்துறை ஒற்றர்கள் ஆற்றுகின்ற வாடிக்கையான பணி. அதைத் தான் நேற்று நடைபெற்ற ஊர்வலமானாலும்- மாநாடு நிகழ்ச்சியானாலும் இன்றைக்கு வெள்ளம் போல குழுமியிருக்கின்ற இந்தக் கூட்டத்தை பார்த்த பிறகானாலும் போலீஸ் ஒற்றர்கள் எம். ஜி. ஆருக்கு செய்தி தருவார்கள்.

எம். ஜி. ஆர். அவர்களே! நீங்கள் போலீஸ் பேச்சைக் கேட்டு ரொம்பக் கெட்டுப் போகிறீர்கள். தயவு செய்து உண்மைகளை அறியுங்கள், கருணாநிதி ஒருவனுக்காக, பேராசிரியர்

ஒருவருக்காக, சாதிக் ஒருவருக்காக, அல்லது நாஞ்சிலாருக்காக அண்ணா மாவட்டம் என்ற பெயரை வைக்க முடியுமா என்று கேட்கின்ற அளவு முதலமைச்சர் எம். ஜி. ஆர். அவர்களே!

இங்கே குழுமியிருக்கின்ற கூட்டத்தின் என்ன? வந்திருப்போர் தொகை எவ்வளவு? எழுச்சி எத்தனை என்பதை உங்கள் நண்பர்கள் மூலமாக காஞ்சி புரத்தில் இருக்கும் உங்கள் ரத்தத்தின் ரத்தங்கள் மூலமாக தயவு செய்து தெரிந்து கொள்வீர்களேயானால் அண்ணா மாவட்டம்தான் வேண்டும் என்கின்ற அந்தக் குரல்தான் இங்கே ஓங்கி ஒலித்துக் கொண்டிருக்கிறது.

நான் உங்களைக் கேட்கிறேன்.

நான் மாத்திரம்தான் அண்ணா மாவட்டம் கேட்கிறேனா? நீங்கள் கேட்கிறீர்களா? இல்லையா? (கூடியிருந்த மக்கள் பெருங்கடல் "அண்ணா மாவட்டம் வேண்டும்" என்று முழக்கமிடுகிறது.)

இந்த மாவட்டத்திற்குப் பெயர் என்ன?

('அண்ணா மாவட்டம்', 'அண்ணா மாவட்டம்' என்று பொதுமக்கள் முழக்கம்.)

நம்முடைய அண்ணனைத் தந்த காஞ்சியைச் தலைநகராகக் கொண்ட மாவட்டத்திற்குப் பெயர் என்ன?

(அண்ணா மாவட்டம், அண்ணா மாவட்டம் என்று மீண்டும் முழக்கம்.)

எம்.ஜி.ஆர். அவர்களே! கேளுங்கள்! காதிருந்தால் - காது, கேட்கும் ஆற்றலை இழக்காதிருந்தால் இந்த ஒலியைக் கேளுங்கள் என்று என் அருமை நண்பர் எம். ஜி. ஆருக்கு நான் தெரிவித்துக் கொள்கிறேன்.

இந்த எழுச்சிமிகுந்த மாநாட்டில் முதலில் ஒரு மகிழ்ச்சியான செய்தியைத் தெரிவித்துக் கொள்கிறேன். என்னை ஏதோ பதவிக்கு ஆசைப்பட்டு வந்தேன் என்று கருதி 'எம். பி.' என்று யாரும் அழைக்க வேண்டாம், 'தம்பி' என்று அழைத்தால் போதும் என்று நேற்று இயக்குநர் இராசேந்தர் ஒரு வேண்டுகோள் விடுத்தார்.

அவர் எனக்கு மாத்திரமல்ல, நம் கழகத்திலே இருக்கின்ற தலைவர்கள், மூத்தோர்கள் அனைவருக்கும் அன்புத் தம்பி தான். அவர் நேற்று எடுத்துக் காட்டியது போல் திடீரென்று இந்த இயக்க வெளிச்சத்துக்கு வந்து விட்ட வரல்ல அவர்.

அவரைப் பற்றி எனக்குத் தெரியும். நீண்ட நெடுங் காலமாக அந்தக் குடும்பம், சுயமரியாதைக் குடும்பம். திராவிடர் இயக்கக் குடும்பம். இளம் பிராயம் முதல், திராவிடர் இயக்கக் கொள்கைகளில் ஈடுபாடு கொண்ட அந்தத் தம்பிதான் சில மாதத்திற்கு முன்பு தன்னை இந்த இயக்கத்தோடு இணைத்துக் கொண்டு, கழகத்தினுடைய பணிகளை ஆற்ற முன் வந்த போது, நான் கூட முதலிலே தடுத்தேன். 'அவசரப்பட வேண்டாம். கலையுலகப் பணிகளைப் பார்த்துக் கொண்டிரு; அதற்குப் பிறகு நான் அழைக்கிறேன் வரலாம்' என்று சொல்லியும் கூட கேட்கவில்லை.

வந்தார். தன்னுடைய பணிகளைத் தொடர்ந்தார். நேற்றைக்கு நம்முடைய அருமை கலைவாணருடைய திருவுருவப் படத்தைத் திறந்து வைத்தார். அரியதொரு சொற்பொழிவாற்றினார்.

இன்று மாலையிலே துணைவியாரோடு வந்தார். என்ன வென்று கேட்டேன். "இன்று எங்களுக்கு மணவிழா நாள், எனவே வாழ்த்துப் பெற வந்தோம்" எனச் சொன்னார்.

எனவே உங்கள் வாழ்த்துக்களை எங்கள் வாழ்த்துக்களோடு இணைத்துக் கொண்டு அவர்களுக்கு வழங்கு கின்றேன்; இந்த மணவிழா நாளில்!

இந்த மாநாட்டை நடத்திய நம்முடைய கழக மாவீரர்களுக்கெல்லாம் என்னுடைய இதயப் பூர்வமான நன்றியினை தெரிவித்துக் கொள்வது எனது கடமை யாகும்.

நம்முடைய மதுராந்தகம் ஆறுமுகம் இந்த மாவட்டத் தினுடைய செயலாளர். அண்ணாவினுடைய மொழியிலே சொல்ல வேண்டுமானால், "வெட்டி வா என்றுரைத்தால், கட்டி வரும் வீரர்" கழகத்தின் கண்மணி!

எத்தனையோ இடர்ப்பாடுகள், இன்னல்கள் இவை களையெல்லாம் கழகத்திற்காக, தான் ஆற்ற வேண்டிய பணிக்காக மறந்து விட்டு, துறந்து விட்டு, எதற்கும் தயார் என்கிற அளவில் ஒரு தியாக சீலராக இந்த மாவட்டத்திலே பணியாற்றக் கூடியவர்.

அந்த மதுராந்தகம் ஆறுமுகத்தை வரவேற்புக் குழு தலைவராகக் கொண்டு நடைபெறுகின்ற இந்த மாநாடு இவ்வளவு நேர்மை பொருந்தியதாக, எழுச்சியும், உணர்ச்சியும் பொருந்தியதாக இருப்பதிலே வியப்பு எதுவுமில்லை.

நான் இந்த மேடையைப் பார்க்கும் போது,ஒரு பளிங்கு மாளிகை கட்டுவது போல் கட்டப்பட்டிருக் கிறது.

இன்று மகிழ்ச்சியாக இருக்கலாம். நாளை காலை இந்த இடத்தைப் பார்க்கும் போது வெறிச்சோடிக் கிடக்குமே, அப்படிக் காணுகின்ற நேரத்தில் மிகவேதனை ஏற்படுமே, இந்த மேடையைக் கூட மிக எளிமையாக அமைத்திருக் கலாமே! என்று கூடச் சொன்னேன்.

ஆனால் மாநாட்டினுடைய ஊர்வலப் பகுதியானாலும், மாநாட்டுப் பந்தலானாலும், ஆங்காங்கே அமைக்கப் பட்டுள்ள பதாகைகள் ஆனாலும், தோரணவாயில்களா னாலும், நுழைவாயில்களானாலும், முகப்பு அலங்காரமானா

லும் 'ஆடம்பரம் அலங்காரம்' இவைகள்தான் அவைகளில் முன்னணியில் இருக்க வேண்டுமென்று இல்லாமல் 'எழுச்சி-எழில்' இந்த இரண்டும் போதும் என்ற அளவில் மிக எளிமையாகக் காட்சி தருவது எனது இதயத்திற்கு மிக இதமாக இருக்கின்றது.

ஒரு எதிர்க்கட்சியினுடைய மாநாடு எப்படி நடை பெற வேண்டும் என்று நான் எண்ணுகின்ற நேரத்தில், நாம் ஆளும் கட்சியாக வந்தாலும் கூட இதே போல் தான் எளிமையாக நடை பெற வேண்டும் என்பதை இப்போதே நான் சொல்லி வைக்கின்றேன்.

இந்த மாநாட்டில் ஆறுமுகம் அவர்களோடு உடனிருந்து, மாநாட்டினுடைய செயலாளர்களாக பணி புரிந்தவர்கள், நான் முதலிலே குறிப்பிட்ட என்னுடைய பழம் பெரும் நண்பர், அண்ணாவினுடைய அன்பிற்கு பாத்திரமான சி. வி. எம். அண்ணாமலை அவர்கள்.

அவரைப் போலவே துடிப்புள்ள இளைஞன், கழகத்திலே பிடிப்புள்ள வாலிபன்

அருமைத்தம்பி அகிலன் அவர்கள். அதைப்போலவே எவ்வளவு கோபித்துக் கொண்டாலும் சிரித்த முகத்தோடு ஏற்றுக் கொள்ளக் கூடிய மாசற்றமணி, மாசிலாமணி.

அதைப் போலவே நூற்றுக்கு நூறு மார்க் எந்தப் பணியிலும் வாங்கிக் காட்டுகின்ற சீயம்தான் இந்த நகரத்தினுடைய செயலாளர் வி. என். மார்க்.

அதைப் போலவே மாவட்டத்தினுடைய பொருளாளர் எஸ். ஐ. வெங்கட்ராமன்.

நிதிக் குழுத் தலைவராக பொறுப்பேற்றுள்ளவர் நம்முடைய பூவிருந்தவல்லி சட்டப் பேரவை உறுப்பினர் ராசரத்தினம் அவர்கள். நான் ராசரத்தினத்தை எண்ணுகிற நேரத்திலெல்லாம், அவர் ஊருக்குச் சென்று பேசுகிற

நேரத்திலெல்லாம், திருவாவடுதுறை ராசரத்தினத்தையும், பூவிருந்தவல்லி ராசரத்தினத்தையும் ஒப்பிட்டுப் பேசுவது வாடிக்கை.

அவருடைய தோடி ராகத்திற்கு மயங்காதார் யாருமில்லை. அதுபோலவே நம்முடைய ராசரத்தினத்துடைய கோரிக்கைகளுக்கு மயங்காதார் யாருமில்லை.

இந்த மாவட்டத்திலே கழகப் பணிகளை மிக சுறு சுறுப்பாக, தன்னை இன்னமும் ஒரு வாலிபர் என்றே கருதிக் கொண்டு ஆற்றி வருவதை காணுகிற நேரத்தில் நான் மெத்தவும் மகிழ்ச்சி அடைகின்றேன்.

பந்தல் அமைப்புக் குழுத் தலைவர் சகோதரர் விசுவநாதன், விளம்பரக் குழுத் தலைவர் சகோதரர் சம்பந்தன், உபசரிப்புக் குழுத்தலைவர் நண்பர் ஜி. சீனிவாசன், அலுவலக பொறுப்புக் குழுத் தலைவர்கள் கே. டி. எஸ். மணி, திருவேங்கடம், தீர்மானக் குழுத் தலைவர் தம்பி டி. கே. பொன்னுவேலு, இளைஞர் அணி தொண்டர் படைத்தலைவர்கள் தம்பிகள் கும்மிடிப்பூண்டி வேணு, சி. வி. எம். ஏ. பொன்முடி, மகளிர் அணி தொண்டர் படைத் தலைவராக திருமதி சாந்தா விசுவநாதன், ஊர்வல அலங்காரக் குழுத் தலைவராக மு. க. கோவிந்தராசனும் ஆற்றியுள்ள பணிகளுக்கும் தொண்டர் படையினர் எறும்புகளைப் போல் சுறுசுறுப்பாக பணியாற்றி மிகக் கண்டிப்போடு 'கடமை கண்ணியம் கட்டுப்பாடு' காட்டுகிற வகையில் ஆற்றியுள்ள பணியையும் நான் நினைத்து நினைத்து மகிழ்கிறேன்.

சிறப்பு பெற்ற இந்த மாநாட்டில் நேற்றும் இன்றும் நம்முடைய கழகத்தின் உடன்பிறப்புக்கள், முன்னணித் தலைவர்கள், வீறுகொள் சொற்பொழிவாளர்கள் நாடாளுமன்ற சட்டமன்ற உறுப்பினர்கள் ஆற்றியுள்ள உரைகளும், பொதுச் செயலாளரும், பொருளாளரும், துணைப் பொதுச்செயலாளரும், ஆற்றியுள்ள உரைகளும், நம்முடைய மாநாட்டுத்தலைவர் நேற்றைக்கு எடுத்து வைத்த

வாதங்களும், திறப்பாளர் தம்பி விடுதலை விரும்பி எடுத்து வைத்த நியாயங்களும் இந்த மாநாட்டில் கூடி யிருக்கின்ற உங்கள் அனைவருடைய நெஞ்சங்களிலும் பதிந்திருக்கின்றன. இன்று நாடு எங்கே போய்க் கொண்டிருக்கிறது? நம்முடைய பணி என்ன என்பதைத் தான் அவர்கள் எடுத்துரைத்தார்கள். அவர்கள் எழுப்பிய வினாக்களுக்கு விடையளிக்க வேண்டிய காலக் கட்டம் நெருங்கிக் கொண்டிருக்கிறது.

இந்த காஞ்சிபுரத்திலே மாநாடு நடைபெறுகின்றது என்று எண்ணும் போது, யார் இந்த ஒலிபெருக்கி முன் நின்று பேசத் தொடங்கினாலும் அண்ணனை நினைத்து, கண்கலங்க நின்று, தழுதழுத்தக் குரலில், “அண்ணன் இல்லையே! அண்ணன் இல்லையே!” என்கிற ஆதங்கத்தோடுதான் பேச்சைத் தொடங்குகிறோம்.

மன்னையினால் பேசவே முடியவில்லை. ஆகவே நீண்ட நேரம் பேசாமல் தனது பேச்சை முடித்தார். பேராசிரியர் அண்ணாவோடு அந்தக் கால நினைவுகளை அவருடைய பேச்சிலே அரை மணி நேரத்திற்கு மேலாக இங்கே எடுத்துக் காட்டினார்.

1942 ஆம் ஆண்டுதான் அருமை அண்ணனை நான் திருவாரூரிலே சந்தித்தேன்.

பள்ளிக்கூடத்து இளைஞனாக, அதே நேரத்தில் முரசொலி என்கின்ற துண்டறிக்கை வெளியிடுகின்ற பருவத்தினனாக 'சேரன்' என்கிற புனைபெயரிலே, அந்த துண்டறிக்கையை வெளியிடுகின்ற பணியினை புரிந்தவனாக இருந்த பொழுது; அப்பொழுதுதான் அண்ணா, திராவிடநாடு இதழைத் தொடங்குகிறார்.

இரண்டாவது இதழில் நான் ஒரு கட்டுரை தீட்டி அனுப்புகிறேன். கட்டுரைக்கு தலைப்பு 'இளமைப்பலி என்பதாகும்.

'வருமா? வராதா?' என்ற ஐயப்பாட்டோடு இரண்டாவது கிழமை வருகின்ற திராவிட நாடு இதழில் 'இளமைப்பலி' என்கின்ற கட்டுரை வந்தது.

ஒரு பத்திரிகையா வாங்குவேன்? கடைகளில் போய் பதினைந்து திராவிட நாடு இதழ்கள் வாங்கி நண்பர்களிடமெல்லாம் கொடுத்தேன். படிக்கச் சொன்னேன். அந்த பழக்கம்தான் இப்போதுகூட முரசொலியில் ஏதாவது எழுதினால், வருகின்ற நண்பர்களைப் பார்த்து 'அதைப் படித்தீர்களா?' என்று கேட்கின்ற ஆர்வம் இன்றைக்கும் கூட உண்டு.

அப்படி ஆர்வத்தோடு இளமைப்பலி என்ற கட்டுரையை எழுதி விட்டு அதை அண்ணா அவர்களும் வெளியிட்டு விட்டு, திருவாரூருக்கு ஒரு நிகழ்ச்சிக்காக வருகிறார் கள். வந்த அண்ணா அவர்கள், அங்கே ஒரு வழக்கறிஞர் வீட்டின் மாடியில் தங்கியிருக்கிறார்கள். அவர் கள் அந்த 'இளமைப்பலி' என்கிற கட்டுரையை எழுதியவர் யாரோ ஒரு பெரிய மனிதராக்கும், நாற்பது அல்லது ஐம்பது என்ற என்ற எண்ணத்தோடு, என்னுடைய உறவினர் டி. என். இராமன் என்பவரை அனுப்பி என்னை அழைத்து வரச் சொன்னார். "என்னுடைய பத்திரிகைக்கு கட்டுரை எழுதியிருக்கிறார். அவரைச் சந்தித்துப் பேச வேண்டும்" என்று இராமன் அவர்களுக்குச் சொல்ல; அவர்கள் என்னிடம் வந்து 'அண்ணா உன்னை அழைக்கிறார், வா!" என்று சொல்ல; நானும் கூச்சத்தோடு, சற்று அச்சத்தோடு அவர் பின்னால் சென்று அந்த வழக்கறிஞர் வீட்டு மாடியிலே நின்று கொண்டிருக்க, அண்ணா அவர்கள் அங்கிருந்த ஊஞ்சலில் ஆடியபடி 'என் உறவினர் டி. என். இராமனைப் பார்த்து எங்கே கருணாநிதியை அழைத்து வரவில்லையா? என்று அண்ணா கேட்க, இதோ இவன்தான் கருணாநிதி என்று டி. என். இராமன் என்னை சுட்டிக்காட்ட "ஓ! நீ தானா!" என்று அண்ணா ஆச்சரியத்தோடு என்னைப் பார்த்து எனக்குச் சொன்ன அறிவுரை என்ன தெரியுமா?

"ஒழுங்காகப் படி, இனிமேல் நீ கட்டுரை எழுதினால் போட மாட்டேன். நன்றாக இருந்தது போட்டேன். ஆனால் அடுத்து ஒரு கட்டுரை எழுதியிருக்கிறாய். 'பகுத்தறிவு பரமசிவன்' என்று. அதைப் போட மாட்டேன். காரணம் நீ படிக்க வேண்டும். ஆகவே நன்றாகப் படி!" என்றார் அண்ணா.

அண்ணா சொல்லி நான் கேட்காத ஒன்று அதுதான்!

அனைத்தையும் கேட்டேன். "அதைக் கேட்காததால்தான் அண்ணா; நீங்கள் இவ்வளவு விரைவிலேயே எங்கள் மீது கோபித்துக் கொண்டு போய் விட்டீர்களா!" என்று அழத் தோன்றுகிறது எனக்கு!

"படி' என்றார்.

என்னை மட்டுமல்ல

அவரைச் சூழ்ந்துள்ள அத்தனைப் பேரையும் படி என்றார்.

படித்துப் பட்டம் பெற வேண்டுமென்றால், படித்ததன் பயனை, பேராசிரியர் குறிப்பிட்டது போல், தனக்கென ஆக்கிக்கொள்ளாமல் தமிழ்ச் சமுதாயத்திற்கு ஆக்கிட வேண்டும் என்பதற்காக அன்றைக்கு "படி, படி, படி" என்றார்.

நான் 'படி' என்பதற்கு பொருள் அவருக்குப் படிந்து நடக்க வேண்டும் என்றுதான் புரிந்து கொண்டேனே யல்லாமல் படிக்க வேண்டுமென்று புரிந்து கொள்ளவில்லை.

நான் அவருடைய லட்சியங்களுக்குப் படிந்தேன். கொள்கைகளுக்கு படிந்தேன். அவருடைய எண்ணங்களுக்கு படிந்தேன். அப்படி படிந்த காரணத்தால்தான் எனக்குத் தகுதி இருக்கிறதோ இல்லையோ, இன்றைக்கு உங்கள் முன்னால்- உங்களால் தேர்ந்தெடுக்கப்பட்ட தலைவனாக நிற்கிறேன்; சாதாரண-சாமான்ய, எந்தவிதமான பெருமைக்கும் லாயக்கில்லாத ஒரு குடும்பத்திலே பிறந்தவனாகிய நான்.

என்னுடைய பரம்பரை பணக்காரர்களுடைய பரம்பரையல்ல! பட்டதாரிகளுடைய பரம்பரை அல்ல! மிட்டாமிராசுகளோ; குட்டி குபேரர்களோ அல்ல என் குடும்பத்தார்.

மிகச் சாதாரணமான குடும்பம். ஊரிலே மண்ணெண்ணெய் விளக்கு எரிகிற நேரத்திலே கூட, சாதாரண எண்ணெய் விளக்கு வைத்துக் கொண்டு தஞ்சை மாவட்டத்திலே, எங்கோ ஒரு சின்னஞ்சிறிய திருக்குவளை கிராமத்திலே "முத்துவேலருக்கும் அஞ்சுகத்தம்மையாருக்கும்" பிறந்த இந்த கருணாநிதி,

இன்றைக்கு உங்களால் கருணாநிதி போற்றப்படுகிறான் என்றால், இது பெரியார் இட்ட பிச்சை; அண்ணா தந்த செல்வம் இது என்றுதான் நான் கருதிக் கொள்கிறேன்.

நேற்றும், இன்றும் எனது தம்பிமார்களும், எனக்கு அண்ணனைப் போல் இருக்கின்ற பேராசிரியர் அவர்களும் வழங்கிய வாழ்த்துக்களும், புகழாரங்களும். போற்றல் மொழிகளும் அத்தனையும் எனக்குச் சொந்தமல்ல; காஞ்சியிலே பிறந்த கண்ணான அண்ணா! உன் காலடி களுக்குத்தான் சொந்தம், எனக்குச் சொந்தமல்ல!

நான் அவைகளுக்கு உரிமை கொண்டாட முடியாது.

இதே காஞ்சிபுரத்தில் எளிய வாழ்வு மேற்கொண்டு, ஏற்றம் பெற்ற அண்ணனை நான் 1944-ம் ஆண்டு இறுதியில், அல்லது 1945-ம் ஆண்டு தொடக்கத்திலே நேரில் வந்து சந்தித்தேன்.

'திராவிட இசை விழா' என்று ஒரு விழாவினை இங்கே அண்ணா அவர்களுக்கு நெருங்கியவராக இருந்த டி. பி. எஸ். பொன்னப்பா அவர்கள் நடத்தினார்கள்.

அந்தத் திராவிட இசை விழாவிலே கலந்து கொள்ள வருவதற்கு அழைப்புக்களைப் பெற்று வந்தவர்களிலே நான் ஒருவன்.

அந்த இசை விழா நடைபெற்ற நேரத்தில். அண்ணா அவர்கள், என்னையும், முல்லை முத்தையா என்கிற புத்தக வெளியீட்டாளரையும் அழைத்துக் கொண்டு இசை விழா மேடை எதிரே இருக்க, மிக தொலைவிலே அண்ணா அவர்கள் மேலே போட்டிருந்த தனது 'துண்டை எடுத்து கீழே விரித்து, அதன் மேல் மூன்று பேரும் உட்காரலாம் என்று சொல்லி, மூன்று பேரும் அந்தத் துண்டிலே மணல் தரையிலே அமர்ந்து இசை விழாவை அன்றைக்கு கேட்டு மகிழ்ந்தோம்.

ஏன் அந்த இசை விழா? அப்படியொரு தமிழ் இசை விழா நாடெங்கும் நடைபெற்ற நேரம்.

அந்த தமிழிசை பரவ வேண்டும் என்பதற்காக, இயக்கம் நடைபெற்ற நேரம்.

தமிழிசை பரவுகிற நேரத்தில் நம்முடைய திராவிட இயக்கக் கொள்கைகளும், அந்த இசையோடு கலந்து பரவிவிட வேண்டும் என்கின்ற எண்ணத்தின் அடிப் படையிலேதான் அன்றைக்கு காஞ்சிபுரத்திலே திராவிட இசை விழா ஒரு வார காலம் அண்ணா அவர்களுடைய தூண்டுதலோடு, அண்ணா அவர்களுடைய ஒத்துழைப் போடு, உறுதுணையோடு நடைபெற்றது.

பொன்னப்பா அவர்களும், முல்லை முத்தையா அவர்களும், அண்ணா அவர்களும் கழக மாமணிகளும் முன் நின்று நடத்தினார்கள்.

அன்றைக்கு அண்ணா அவர்களை நான் காஞ்சிக்கு வந்தவுடன், அவர்களுடைய இல்லத்திற்குச் சென்று

சந்தித்தேன். வழக்கம் போல் காலையிலே மணி ஒன்பது. உறங்கிக் கொண்டிருந்தார்கள்.

அவருடைய காலடியிலே அமர்ந்திருந்தோம் நானும் என்னுடன் வந்த நண்பர்களும்.

நீண்ட நேரத்திற்குப் பிறகு எழுந்தார்கள். அண்ணாவை அந்த இல்லத்திலே அன்றைக்குச் சந்தித்தேன், 1945-ல்!

அதற்குப் பிறகு 69 வரையில், காஞ்சி நகரத்திற்கு எத்தனை முறையோ பயணம் செய்திருப்போம். எங்களை இல்லத்திலே இருக்கச் செய்து விட்டு, காலை உணவு அருந்துங்கள் என்று கூறி விட்டு, நான் அலுவலகம் சென்று வருகிறேன், என்று அண்ணா புறப்பட்டார். எதிலே புறப்பட்டார்; ஒரு சைக்கிளில் புறப்பட்டார்! சைக்கிளில் சென்ற அந்த அண்ணனையே அன்றைக்குக் கண்டவர்கள் நாங்கள்.

குதிரை வண்டியிலே சென்று இருக்கிறார்!

நல்ல நீல வண்ணத்தில் ஒரு கைலி கட்டியிருப்பார்! ஒரு வெள்ளை பனியன் போட்டிருப்பார்!

அண்ணாவினுடைய வெளித் தோற்றம் இந்த காஞ்சியிலே இன்றைக்கும் இருக்கின்ற பெரியவர்களுக்கெல்லாம் நன்றாகத் தெரியும்.

அப்படிப்பட்ட எளிய வாழ்க்கையை மேற்கொண்டு, இன்றைக்கு நாடு புகழும் பேரறிஞராக அண்ணா வளர்ந் திருக்கிறார் என்றால், அவர் வளர்த்த அந்த இயக்கமும், அந்த அளவுக்கு இன்றைக்கு வளர்ந்து இருக்கிறது.

அண்ணா அவர்களின் பெயரைச் சொல்லி நாட்டில் ஒரு கட்சி நடைபெறுகிறது. அக்கட்சிக்காரர்கள், அவரது பெயரைப் பயன்படுத்தி அவரது கொள்கை களையே-லட்சியங்களையே அழித்துக் கொண்டிருக்கிறார்கள்.

அதை நாம் பார்த்துக் கொண்டிருக்க முடியாது என்பதற்காகத்தான், நம்முடைய ஆட்சிபறிக்கப்பட்ட நிலையிலும், கடும் சோதனைகளும் வேதனைகளும் நம்மைத் தாக்கிய நேரத்திலும் கலங்காமல் நின்று அணிவகுத்து தியாகங்கள் பலவற்றைச் செய்து, தி. மு. கழகத்தை இந்த பத்துப் பன்னிரண்டு ஆண்டுக் காலத்தில் எந்த பகையும் தீண்ட முடியாத பலமான கற்கோட்டையாக ஆக்கிக் காட்டி இருக்கின்றோம்.

எந்த தனிப்பட்ட ஆற்றலாலும் அல்ல. உங்கள் கரங்கள் தந்த உழைப்பு, உங்கள் நெஞ்சுறுதி, இந்த அடிப்படையில்தான் இந்தக் காரியத்தை எங்களால் சாதிக்க முடிந்தது.

இந்தக் கழகத்தை தடை செய்ய யாரோ புறப்பட்டி ருக்கின்றார்களாம்.

பேராசிரியர் கூட மிகுந்த ஆத்திரத்தோடு குறிப்பிட்டார். நானும் மாலைப் பத்திரிகையில் அந்தச் செய்தியைப் பார்த்தேன். திடுக்கிடவில்லை நான்; அதிர்ச்சியடைய வில்லை நான்; ஆத்திரம் கூட ஏற்படவில்லை

எனக்கு; சிரிப்புத்தான் வந்தது.

என்ன காரணத்தால் சிரிப்பு வந்தது தெரியுமா?

முதலமைச்சர் எம்.ஜி.ஆர். "நான் மாத்திரம் அண்ணாவிற்குத் தம்பியாக இல்லாவிட்டால் தி.மு.கழகத்தை இந்நேரம் தடை செய்திருப்பேன்" என்று பேசி இருக்கிறார்.

இதிலிருந்தே அவர் அண்ணாவிற்குத் தம்பி அல்ல என்பதை நிரூபித்துக் காட்டிவிட்டார்.

தடை செய்ய வேண்டும் என்பது அண்ணாவின் வாயிலிருந்து என்றைக்கும் வராத வார்த்தை, அவருடைய இதயத்திலே அரும்பிடாத சொல் இது.

ஜனநாயகத்தின் காவலர் அண்ணா. எல்லாக் கருத்துக்களும் மோதட்டும்; எல்லா கொள்கைகளும் கலக்கட்டும்; கலந்துரையாடி முடிவுகளை மேற்கொள்ளலாம், அதுவே ஜனநாயகம் என்று கருதுகிற எளிதான வாதங்களைச் சந்திக்கத் திறனற்ற எம்.ஜி. ஆரைப்போல, தடை செய்வேன் என்று அண்ணா சொல்லி இருக்க மாட்டார்.

அண்ணாவிற்குத் தம்பியாக இருக்கின்ற காரணத் தாலேதான் தி. மு. கழகத்தை தடை செய்யவில்லை என்கின்ற எம். ஜி. ஆரைப் பார்த்து நான் கேட்கிறேன்; வேதனையோடு கேட்கிறேன்.

இங்கு பேசிய பேராசிரியர் அவர்கள் “தி. மு. கழகத்தைத் தடை செய்தால் அதன் காரணமாகக் கிளம்பு எதிர்ப்புக்கனல் அ.இ.அ.தி.மு.க. வையே அழித்துவிடும்" என்று எச்சரித்தார்.

நான் அப்படிக் கூட குறிப்பிட விரும்பவில்லை. தி.மு.கழகம் என்கின்ற ஒன்று இருக்கின்ற காரணத்தாலேதான் இன்றைக்கு அ. இ. அ. தி. மு.க. இவ்வளவு நாள் வாழ முடிகிறது. அதை ஞாபகத்தில் வைத்துக் கொள்ளுங்கள்.

தி.மு.கழகம் எங்கின்ற ஒன்று இருக்கின்ற காரணத்தாலேதான் இன்றைக்கு அ. இ. அ. தி. மு. க. வினுடைய தலைமை வாழ முடிகிறது; உலாவர முடிகிறது. அதை அவர் மறந்து விட வேண்டாம்.

ஔவையார் பாடியதாக ஒரு பாடல் உண்டு. "யாரை யடா சொன்னாய்?" என்று! அதைத்தான் நான் எம். ஜி. ஆரைப் பார்த்துச் சொல்ல விரும்புகிறேன்.

யாரைப் பார்த்துச் சொல்கிறீர்கள். தி. மு. கழகத்தைத் தடை செய்யும் ஆற்றல் உண்டு என்று!

ஒன்றை எம்.ஜி. ஆர். புரிந்து கொள்ள வேண்டும். மாநிலக் கட்சியைத் தடை செய்ய ஒரு மாநில அரசுக்கு உரிமை உண்டா

என்பதை அவர் சட்ட ஆலோசகர்களைக் கலந்து பேசுவது நல்லது. அதைக்கூட மத்திய அரசுதான் செய்ய வேண்டும்.

ஒருவேளை மத்திய அரசுக்கு எம். ஜி. ஆர். பரிந்துரை செய்து தி.மு. கழகத்தைத் தடை செய்ய வேண்டும் என்று எண்ணுகிறார் போலும்! அந்த நன்னாளை நான் பெரும் ஆவலுடன் எதிர்பார்க்கிறேன்!

தி.மு.கழகம் தடை செய்யப்படுமேயானால், அந்த நாள் தான்-

எம்.ஜி.ஆரின் சிபாரிசுக்கு இந்திராகாந்தி இணங்கு வார்களேயானால், அந்த நாள்தான்-

அண்ணா ஒரு காலத்தில் சொல்லி பிறகு வேண்டாமென்று விட்டு விட்ட தமிழ்நாடு தமிழருக்கே என்று ஆகிற நாள்-என்பதை எம். ஜி. ஆர். மறந்துவிட வேண்டாம்!

ஒருவேளை அவருக்கே அப்படி மனதில் ஒரு ஆசை தோன்றி - தமிழ்நாடு தமிழருக்கே ஆகட்டுமே என்ற ஆசை தோன்றி இப்படி ஒரு சூழ்ச்சித் திட்டத்தை நமக்குச் சாதகமாக எம். ஜி. ஆர். வகுத்திருக்கிறாரோ என்னவோ; எனக்குத் தெரியவில்லை!

ஒன்றை, கடந்தகால வரலாற்று நிழலில் நின்று நீங்கள் எண்ணிப் பார்க்க வேண்டும்.

1975 ஆம் ஆண்டு நெருக்கடி நிலை பிரகடனப்படுத் தப்பட்ட போது- நெருக்கடி நிலை இருந்த நேரத்தில் ஜனநாயகம் பொசுங்கிக் கருகிய நேரத்தில்-ஜெயப் பிரகாஷ் நாராயண் போன்ற தேசத் தலைவர்கள் எல்லாம்- இந்தியாவின் விடுதலைக்காகப் போராடிய அந்த வீரத் தியாகிகள் எல்லாம் சிறைச்சாலையிலே அடைபட்ட நேரத்தில் தமிழ் நாட்டிலே ஆளுங் கட்சியாக இருந்த தி.மு.கழகம், செயற்குழுவைக் கூட்டி, நெருக்கடி நிலையை தைரியமாக எதிர்த்தது. இந்திரா காந்திக்கு அறிவுரை கூறியது.

ஆத்திரமடைந்த இந்திரா காந்தி அம்மையார், ஐந்தாறு மாதங்களுக்குப் பிறகு தி.மு.கழக ஆட்சியைக் கலைத்தார்கள். ஆட்சி கலைக்கப்பட்ட பின் அம்மையார், வடபுலத்தில் ஒரு பொதுக் கூட்டத்தில் பேசும்போது மாநிலக் கட்சிகளுக்கு இனி இந்தியாவில் இடமில்லை என்று அச்சுறுத்தினார்கள்.

ஓம் மேத்தா என்ற மத்திய அமைச்சர் "தி.மு.கழகத்தை நீண்ட நாள் வாழவிட மாட்டோம்; தி.மு.கழகம் தடை செய்யப்படும் காலம் வரும்; ஏனென்றால் மாநிலக் கட்சிகளுக்கு எதிர் காலம் இல்லை; எனவே அவர்கள் வாலாட்ட வேண்டாம்" என்று பேசினார்.

அந்த காலத்தில் - பேராசிரியர் மறந்திருக்க மாட்டார்; நண்பர் சாதிக் மறந்திருக்கமாட்டார்- கழகத்திலேயே மேல் மட்டத்திலே இருந்த சிலர், நாவலரைப் போன்றவர்கள் என்ன வாதிட்டார்கள் என்பதை நானும் மறந்து விடவில்லை.

நாமும் கழகத்தின் பெயரை மாற்றலாம்; "திராவிட கலாச்சாரக் கழகம்" என்று வைக்கலாம்; தி. மு.க. என்ற பெயரேகூட இருக்கட்டும், "திருக்குறள் முன்னணிக் கழகம்" என்று வைக்கலாம்" அல்லது '"அகில இந்திய தி.மு. கழகம்" என்று பெயரை மாற்றிக் கொள்ளலாம் என்றெல்லாம் என்னிடம் யோசனைகள் சொல்லப் பட்டன.

அந்த நேரத்திலே எம். ஜி. ஆர். ஓம் மேத்தாவின் பேச்சையும், இந்திராகாந்தி அம்மையாரின் பேச்சையும், படித்துப் பார்த்துவிட்டு, தன்னுடைய கட்சிக்கு "அ.தி. மு.க." என்று இருந்த பெயரை உடனடியாக "அகில இந்திய அண்ணா தி.மு. க." என்று, மாநிலக் கட்சியென்றால் தடை செய்வார்கள் என்று பயந்து போய், பெயரை மாற்றிக் கொண்டார்.

ஆனால் என்னிடத்திலே வாதமிட்ட கழகத் தலைவர் களிடத்தில் நான் பேசும்போது வாழ்ந்தாலும் தி.மு. கழகத்தோடு வாழ்வோம்; வீழ்ந்தாலும் தி.மு.கழகத் தோடு

வீழ்வோம். தடை செய்யப்பட்டால் எங்கள் கொடி அகற்றப்படலாம். எங்கள் கட்டிடங்கள் கைப்பற்றப்படலாம். ஆனால் ஒவ்வொரு கொடி அகற்றப்படுகின்ற நேரத்திலும் ஒரு நூறு பேர், இருநூறுபேர் தி.மு. கழக இளைஞர்களது பிணங்களை மிதித்துக் கொண்டு தான் நீங்கள் அந்தக் கொடி நிழலுக்குள்ளே அணுகிட முடியும். ஆயிரக்கணக்கானோரின் பிணங்களை மிதித்துக் கொண்டுதான் தி. மு. கழகக் கட்டிடத்திற்குள்ளே நீங்கள் நுழைய வேண்டும்.

என்னுடைய பிணத்தையும், பேராசிரியர் பிணத்தையும், சாதிக்கின் பிணத்தையும், நாஞ்சில் மனோகரனின் பிணத்தையும், இங்கே வீற்றிருக்கின்ற கழகத்தின் தளநாயகர்களது பிணங்களையும் பார்த்த பிறகுதான் தி.மு.கழகம் என்ற சொல் தமிழகத்திலே அழிக்கப்பட முடியுமே தவிர, அதுவரையில் முடியாது! முடியாது! முடி யாது! என்று நான் மும்முறையும் சொல்லிக் கொள் கிறேன்.

பேராசிரியர், "நீ ஆண் மகனாக இருந்தால் தடை செய்து பார்" என்று சொன்னாரே, அதற்காகத் தடை செய்கிறேன் என்றால், நான் உனக்குச் சொல்கிறேன். முப்படையையும் வைத்திருந்த இந்திரா காந்திக்கே பயப்படாதவர்கள் நாங்கள். நீங்கள் எப்படையை வைத் திருக்கிறீர்கள் என்பது - எனக்குத் தெரியும்.

எனவே, இதற்கு நாங்கள் பயந்து அஞ்சி நடுங்கி இருந்துவிடமாட்டோம்.

தி.மு. கழகம் என்கின்ற எஃகுக் கோட்டை எத்தனை ஆயிரம் பேருடைய இரத்தச் சகதியிலே எத்தனைப் பேருடைய எலும்புகளைச் செங்கல்லாக ஆக்கி, எத்தனைப் பேருடைய கபாலங்களை கூரைகளாக வேய்ந்து கட்டப் பட்ட இல்லம் என்பதை இந்த எம்.ஜி.ஆர். மறந்திருக் கக்கூடும்.

ஏனென்றால், அவர் கஷ்டப்பட்டு தியாகம் செய்து, சிறைக்குச் சென்று விலங்கு மாட்டப்பட்டு விழுப்புண் களை ஏற்று இந்த இயக்கத்திலே தன்னை ஒப்படைத்துக் கொண்டவர் அல்ல.

இந்த இயக்கத்தால் லாபம் பெற்றவர்; ஆதாயம் பெற்றவர். எவ்வளவு மனக்குமுறல் இருந்தால் அண்ணா உருவாக்கிய கழகம் என்பதை மறந்துவிட்டு 1949 ஆம் ஆண்டு வானத்திலிருந்து மழை நீரும், நம்முடைய கண் களில் இருந்து கண்ணீரும் சொரியச் சொரிய, இரண்டும் கலந்திட இந்தக் கழகத்தை உருவாக்கினோம் நம்முடைய தலைவர் அண்ணா, அப்படி உருவாக்கிய போது, திராவிடர் கழகத்தை அழிப்பேன் என்றா சொன்னார்? இல்லை.

என்ன சொன்னார் தெரியுமா? திராவிடர் கழகமும், தி.மு.கழகமும் இரட்டைக் குழல் துப்பாக்கி போல செயல்படும் என்று சொன்னார்.

ஆனால், அண்ணாவின் பெயரைச் சொல்லிக் கொண்டு கட்சி வைத்திருப்பவர் தி.மு.கழகத்தைத் - அண்ணா உருவாக்கிய தி. மு. கழகத்தைத் தடை செய்வேன் என்று எம். ஜி. ராமச்சந்திரன் சொல்கிறார்.

எந்த ராமச்சந்திரன் தெரியுமா?

"என்னுடைய சிலையை வைக்க தமிழ்நாட்டில் உள்ள வர்களுக்கு அனுமதி கொடுத்தால் அண்ணா சிலையை வைக்க இடமே இருக்காது" என்று மமதையோடு பேசிய ராமச்சந்திரன்தான் தி. மு. கழகத்தைத் தடை செய்வேன் என்று எச்சரிக்கை விடுத்து நம்மை மிரட்டி இருக்கிறார்.

அவருடைய உருவத்தை இன்று நாடு உணர்ந்து வருகிறது. அப்படி உணர்ந்து வருகின்ற காட்சியை நான் கலந்து கொள்கின்ற சுற்றுப்பயணங்களிலே கண்டு வருகின்றேன்.

கொடியேற்று விழா நிகழ்ச்சிகள் என்றால், வரவேற்பு நிகழ்ச்சிக்கு வருகின்ற கூட்டங்கள்! வரவேற்பு நிகழ்ச்சி என்றால் பெரிய பொதுக் கூட்டத்துக்கு வருகின்ற அளவுக் குக் கூட்டம் வருகின்றது. பொதுக் கூட்டங்கள் என்றால் ஒரு மாவட்ட மாநாட்டுக்குத் திரள்வதை போல கூட்டம்

திரள்கிறது. மாவட்ட மாநாடு என்றால் மாநில மாநாடோ என ஐயமுறத்தக்க அளவிற்கு கூட்டம் வருகிறது.

என்ன காரணம்?

கிலுகிலுப்பைக்காரனின் ஆட்டத்தில் மயங்கிய குழந்தை இப்போது தாயிடம் திரும்பி இருக்கிறது. அதைத்தான் இந்த மாநாட்டிலே கூடியுள்ள மாபெரும் மக்கள் வெள்ளமும் உணர்த்துகிறது.

அ.இ.அ.தி.மு.க. உறுப்பினர்கள் மாத்திரமல்ல, எம்.ஜி.ஆர்.கட்சியிலே உள்ள ரசிகர்கள் மாத்திரமல்ல, எம். ஜி. ஆருடைய வாக்குறுதிகளால் ஏமாந்த தண்டமிழ் நாட்டு மக்கள், இந்தத் தாய்த் திருநாட்டு மக்கள், ஏமாற்றமடைந்து இன்றைக்கு எச்சரிக்கையாக இருக்க வேண்டும்; இல்லாவிட்டால் எதிர்காலம் இருள் சூழ்ந்து விடும் என்ற எண்ணத்தோடு தி. மு. கழகத்தில் பாசறைக்கு வந்துக் கொண்டிருக்கிறார்கள். அந்த எழுச்சியை என்னால் இன்றைக்கு தமிழகத்தில் காண முடிகிறது.

தம்பி நன்னிலம் நடராசன் பேசும்போது அந்த எழுச்சிக்கு சில எடுத்துக்காட்டுக்களைச் சொன்னார். அதிகாரிகளை எல்லாம் இப்போது சந்திக்க நேர்ந்தால் முன்பெல்லாம் வேறுபக்கம் திருப்பிக் கொண்டு போன வர்கள் இன்று நம்மைப் பார்த்ததும் வாருங்கள், உட் காருங்கள் என்று உபசரிப்பதாகத் தெரிவித்தார். இது நாம் ஆட்சிக்கு வரப்போகிறோம் என்பதற்கு அடை யாளம் என்று சொன்னார். நான் அவருக்கும் சொல்கிறேன்; மற்றவர்களுக்கும் தெரிவித்துக் கொள்கிறேன். நாம் ஆட்சிக்கு வரவேண்டுமென்பது அதிகாரிகள் நமக்கு மரியாதை செலுத்த வேண்டும் என்பதற்காக அல்ல; அதிகாரிகளை நாம் மிரட்ட வேண்டும் என் பதற்காகவும் அல்ல. அப்படிப்பட்ட சில தவறுகள் ஆட்சிக்காலத்தில் நடைபெற்றதை, இனிமேல் திருத்திக் கொண்டு ஒரு புதிய ஆட்சியை ஒரு பொற்கால ஆட்சியை தமிழகத்திற்கு தரவேண்டும் என்ற எண்ணத்தோடு நாம் நம்முடைய

நினைவலைகளை உலவ விட வேண்டுமேயல்லாமல் அதிகாரிகள் தலை குனிவார்கள், போலீஸ்காரர்கள் சலாம் போடுவார்கள், போலீஸ் வேன் முன்னும் பின்னும் போகும் என்று கருதுபவர்கள் அல்ல நாம். போலீஸ் வேன்கள் நமக்கு ஒன்றும் புதிய அனு பவம் அல்ல. போலீஸ் வேன்கள் நான் முதலமைச் சராக இருந்த போது மாத்திரமல்ல, அதற்கு முன்பும் நான் பலமுறை கைது செய்யப்பட்ட போது முன்னும் பின்னும் போனது உண்டு.

ஆட்சி என்கிற வாய்ப்பு-பொதுமக்களுக்கு பணி யாற்றுகின்ற வாய்ப்பு நமக்கு தரப்படுமேயானால் அதை இந்த ஏழு ஆண்டு காலமாக வீழ்ந்துகிடக்கின்ற தமிழ்ச் சமுதாயத்தில் மீண்டும் ஒளி விளக்கு ஏற்றிவைக்க பயன்படுத்துகின்ற ஒரு வாய்ப்பாக தான் கருத வேண் டுமேயல்லாமல் தவறாக யாரும் எண்ணிடக் கூடாது. இதைத்தான் நான் மீண்டும் மீண்டும் நம்முடைய கழகத் தின் கண்மணிகளுக்கும், உடன் பிறப்புகளுக்கும் தெரிவித்துக் கொள்கிறேன்.

இன்றுள்ள புதிய சூழ்நிலைகளை பொதுச் செயலாளர் இறுதியாக தெரிவித்ததைப் போல நீங்கள் அனைத்து மக்களுக்கும் விளக்கிடவேண்டும். மாநாட்டிற்கு வந்தோம், எழுச்சி கண்டோம். மகிழ்ச்சி கொண்டோம் என்று கலைந்து சென்றால் பயனில்லை. அருமைத் தாய்மார்களும், சகோதரிகளும், பாட்டாளித் தோழர்களும், கழகத்தின் செயல்வீரர்களும், மகளிர் அணியினரும், இளைஞர் அணி தம்பிமார்களும் கிராமம் கிராமமாகச் சென்று நாட் டில் நடைபெறுகின்ற நிலைமைகளை எல்லாம் எடுத்துச் சொல்ல வேண்டும்.

எம்.ஜி.ஆர். 1972- ஆம் ஆண்டு, நம்முடைய கழகத்தை விட்டு தன்னை வெளியேற்றிக் கொண்டு, பிரிந்து சென்றபோது திராவிட முன்னேற்றக் கழகம் ஒரு ஊழல் கட்சி என்றார்.

திராவிட முன்னேற்றக் கழகத்தில் உள்ளவர்கள் லஞ்ச லாவண்யக்காரர்கள் என்றார்.

இன்றைக்கு வினை விதைத்தவன் வினை அறுப்பான், தினை விதைத்தவன் தினை அறுப்பான் என்பதற்கொப்ப அவருடைய கட்சியிலே அமைச்சராக இருந்த, எஸ். டி. சோமசுந்தரம் எம். ஜி. ஆர் லஞ்சம் வாங்குகிறார். ஊழல் செய்கிறார் என்று சொல்கிறார்.

நாஞ்சிலார் குறிப்பிட்டதைப் போல் எம்.ஜி.ஆர். அலறுகிறார் "என் மீது லஞ்சப்புகாரா? சொல்வதற்கே இது அடுக்குமா?" என்று எஸ். டி. எஸ், சுக்கு எம்.ஜி. ஆர். பதில் என்று மாலை முரசு பத்திரிகை கொட்டை எழுத்திலே செய்தி வெளியிடுகின்றது.

எம்.ஜி.ஆர். சொல்லுகிறார் "என்னோடு கூட இருந்தவர்கள் என்னை விட்டுப் போகும் போது, எங்கள் மீது லஞ்ச ஊழல் புகார்களை அள்ளி வீசுகிறார்கள். இது தெய்வத்திற்கே அடுக்காது. இது கோழைத்தனமான செயல். அண்ணாவின் கொள்கைகளுக்கு எதிரானது. அண்ணாவின் கொள்கைகளைச் சொல்லுபவர்கள், (எஸ். டி. எஸ்.) இங்கே இருக்கிறவரை இருந்து விட்டு, போகும் போது லஞ்ச ஊழல் என்பது அண்ணாவின் முதுகில் குத்துவதாகும்."

எஸ். டி. எஸ். என்ற வார்த்தையை எடுத்து விட்டு, எம். ஜி. ஆர். என்ற வார்த்தையைப் போட்டு கருணாநிதி 72-ம் ஆண்டு பேசியதாக வைத்துப் பார்த்தால், எம்.ஜி.ஆருக்கு பொருந்துகிறதா? இல்லையா?

எஸ். டி. எஸ். இவர்களைப் பற்றி ஊழல் புகார் சொல்லி விட்டாராம்.

அதற்கு எம்.ஜி.ஆர். சொல்லுகின்ற விளக்கம், "என் னோடு இருந்தவர்கள் என்னை விட்டுப் போகும் போது என் மீது லஞ்ச ஊழல் புகார்களை அள்ளி வீசுகிறார்கள். இது தெய்வத்துக்கே அடுக்காது. இது கோழைத்தன மான செயல், அண்ணாவின் பண்புக்கு எதிரானது. அண்ணாவின்

கொள்கைகளைச் சொன்னவர்கள் இருக்கும் வரை இருந்து விட்டுப் போகும் போது லஞ்ச ஊழல் என்பது அண்ணாவின் முதுகில் குத்துவதாகும்" என்று சொல்கிறார்.

இதே காரியத்தை எம்.ஜி. ஆர். செய்யவில்லையா? ஆகஸ்ட் மாதம் கடைசி வாரத்தில் மதுரையில் மாவட்ட மாநாடு நண்பர் முத்து நடத்துகிறார். அந்த மாநாட்டிலே எம். ஜி. ஆர். பொதுமக்களைப் பார்த்துக் "கழக ஆட்சியை ஊழல் ஆட்சி என்று சொல்லுகிறார்கள். நீங்கள் நம்புகிறீர்களா?" என்று கேட்கிறார். பொது மக்கள் 'இல்லை! இல்லை!' என்கிறார்கள். "மக்கள் தீர்ப்பே மகேசன் தீர்ப்பு' எனவே கழக ஆட்சி ஊழல் இல்லாத ஆட்சி. காங்கிரஸ்காரர்களே புரிந்து கொள்ளுங்கள்" என்று கர்ஜித்தார்.

ஆனால் அக்டோபர் மாதம் கழகத்தில் இருந்து வெளி யேறினார். அப்போது லஞ்சம் ஊழல் என்ற புகார்களைச் சொன்னார். பட்டியல் போட்டு ஜனாதிபதியிடம் கொண்டு போய்க் கொடுத்தார்.

இன்றைக்கு அவரது கட்சியிலிருந்த எஸ். டி. சோம சுந்தரம், எம். ஜி. ஆரைப் போல ஆதாரம் இல்லாமல் சொல்லவில்லை. ஆதாரத்துடன் பேசுகிறார்.

என்ன பேசுகிறார்? 'இந்தியன் எக்ஸ்பிரஸ்' பத்திரி கையில் அவரது பேட்டி வந்திருக்கிறது. அதிலே அவர், "விற்பனை வரியில் சில சலுகைகளை அளிக்க எம்.ஜி.ஆர். விரும்பினார். அதை அந்த துறையின் அமைச்சர் என்கின்ற முறையில் நான் ஏற்றுக் கொள்ளவில்லை. அந்தக் கோப்பில் கையெழுத்துப் போட மறுத்து விட்டேன். அதனால் அதை அமைச்சரவை கூட்டத்திலே வைத்து விவாதித்தார். அப்போது நான் அதை எதிர்த்தேன். அதற்குப் பிறகு அவரே ஒரு ஆணையைப் பிறப்பித்து, அந்த விற்பனை வரிச் சலுகையை யாருக்கோ தந்திருக்கிறார்" என்று சொல்லியிருக்கிறார்.

எஸ். டி. சோமசுந்தரத்திடம் நிருபர்கள் யாரென்றும், "அவர் என்ன சலுகை என்றும் சொல்ல முடியுமா?" என்று கேட்டிருக்கிறார்கள். "நான் சொன்ன இந்தக் குற்றச்சாட்டை எம். ஜி. ஆர் மறுப்பாரேயானால் மேற்கொண்டு விவரங்களை நான் சொல்லத் தயாராக இருக்கிறேன்" என்று எஸ். டி. சோமசுந்தரம் தெளிவாக கூறியிருக்கிறார்.

அதற்கு எம். ஜி. ஆர். பதில் சொன்னாரா? ஆனால் அவர் பொதுவாக மண்ணை வாரி இறைக்கிறார்.

கிராமத்துப் பெண்கள் காளியம்மன் கோவில் வாசலில் அவர்களுக்குப் பிடிக்காதவர்களை "மண்ணாய் போக" என்று சொல்லி மண்ணை வாரி இறைப்பார்கள். அதைப் போல எம்.ஜி. ஆர்., எஸ். டி. சோமசுந்தரத்தின் மீது மண்ணை வாரி இறைக்கிறாரே தவிர, விற்பனை வரியில் யாருக்கும் சலுகை தரவில்லை என்றோ, அல்லது எஸ். டி. எஸ். மறுத்து அதை மீறி அந்த இலாகாவுக்கு தெரியாமல் அரசாணை பிறப்பிக்கவில்லை என்றோ, இதுவரை எம். ஜி. ஆர். மறுத்திருக்கிறாரா என்றால் மறுக்கவில்லை.

கேட்டால், "நானே ஒரு ஊழல் விசாரணைக் குழு வைத்திருக்கிறேன்" என்று எம். ஜி. ஆர். சொல்லுவார். குழுவின் தலைவர் யார் தெரியுமா? எம். ஜி. ஆர்.!!

ஆண்டு ஒன்றுக்கு காலி சாராய பாட்டிலில் மாத்திரம் இருபத்து நாலு கோடி ரூபாயை லஞ்சமாகப் பெறுகிற முதலமைச்சர் எம்.ஜி.ஆர். அந்த ஊழல் விசாரணைக் குழு வுக்கு தலைவர். உறுப்பினர்கள் யார்?

எம். ஜி. ஆரால் நெக்லஸ் லஞ்சம் வாங்கினார் என்று குற்றஞ்சாட்டப்பட்ட நெடுஞ்செழியன்.

மற்றோர் உறுப்பினர் பண்ருட்டி ராமச்சந்திரன். ஜப்பானிலிருந்து கப்பல் வாங்கியதில் கொள்ளையடித்ததாக இதே எம். ஜி. ஆருடைய கட்சி அவர்மீது புகார் கொடுத்தது உண்டு.

இன்னொருவர் கே.ஏ.கிருஷ்ணசாமி, அவர் வீடு வாங்கிய விவகாரம் அவரது அச்சகம் அரசாங்க புத்தகங்களை அச்சடிக்கின்ற விவகாரம் இந்த ஊழல்களுக்கெல்லாம் அவர் இன்னும் பதில் சொல்லவில்லை.

காளிமுத்து ஒரு உறுப்பினர். அவரைப் பற்றி ஏராளமான விவகாரங்கள் வெளிவரத் தலைப்பட்டிருக்கின்றன.

எனவே இந்த ஊழல் மன்னர்களெல்லாம் சேர்ந்து ஊழல் விசாரணைக் குழு ஒன்றை அமைத்துக் கொண்டு விசாரிக்கப் போகிறார்களாம்.

இங்கு பேசிய பலரும் இது லஞ்ச ஊழல் ஆட்சி என்பதை விளக்கி பல ஆதாரங்களை அள்ளி அள்ளிப் போட்டார்கள்.

நான் கேட்கிறேன். இவைகளையெல்லாம் அந்த ஊழல் விசாரணைக் குழுவுக்கு நாங்கள் தந்த புகார்கள் என்று எடுத்துக் கொண்டு விசாரிக்கத் தயாரா? தயார் என்பார் எம். ஜி. ஆர்.

சட்டப்பேரவையிலே நானும் நண்பர் கிருஷ்ண மூர்த்தியும் மேலவையில் வீராசாமியும் நூற்றுக்கணக் கான ஆதாரங்களுடன் தெரிவித்த ஊழல் குற்றச்சாட்டு களுக்காகப் போடப்பட்ட ராமபிரசாத்ராவ் கமிஷன் என்ன ஆயிற்று?

அந்தக் கமிஷனுடைய அறிக்கையில் நாலே பக்கத்தை மட்டும் நிதியமைச்சர் நாவலர் சட்டபேரவையிலே படித்தார். இன்றுவரை அந்த அறிக்கைப் புத்தகம் உறுப்பினர்களுக்குத் தரப்படவில்லை. அந்த அறிக்கை வேண்டு மென்று கேட்டு நான் தலைமைச் செயலாளர் சொக்கலிங்கத்திற்கு கடிதம் எழுதி மூன்று மாத கால மாகிறது. மரியாதைக்காகக் கூட, இதுவரையில் தலைமைச் செயலாளர் பதில் எழுதவில்லை.

அந்த அறிக்கையை எனக்குத் தர நீதி மன்றம் உத்தரவிட வேண்டும் என்று நான் வழக்குத் தொடுத்திருக்கிறேன். நாளை அந்த வழக்கு விசாரணைக்கு வர இருக்கிறது.

ஆக ராம பிரசாத்ராவ் கமிஷன் அறிக்கையை வாங்குவதற்குக் கூட வழக்குப் போட வேண்டியிருக்கிறது.

"என்னைப் பற்றி குற்றம் சொன்னால் அதை நீதி மன்றத்தில் சந்திக்கத் தயாராக இருக்கிறேன்'' என்று சொல்லுகிறார்.

1981-ஆம் ஆண்டு சென்னையில் நான் ஒரு கூட்டத் தில் பேசும்போது-

"முதலமைச்சர் பாட்டிலிங் யூனிட் சாராய கலவை தொழிற்சாலையில் அடைக்கப்பட்ட புட்டிகளை விற்பனை செய்ய ஒவ்வொரு மாவட்டத்திற்கும் பொது விற்பனை யாளர்களுக்குப் பிறகு சில்லரை விற்பனையாளர் இவ்வளவு ஏற்பாடுகளையும் செய்து ஒவ்வொரு கட்டத்திலும் கோடிக்கணக்கான ரூபாயை லஞ்சமாகப் பெறு கிற நிலை இன்றைக்கு நாட்டில் ஏற்பட்டிருக்கிறது.

நான் பகிங்கரமாகக் குற்றஞ்சாட்டுகிறேன். முதலமைச்சர் அப்படிப்பட்ட காரியங்களில் லஞ்சம் வாங்கியிருக்கிறார். மறுப்பதாக இருந்தால்-நான் சொல்வது தவறாக இருந்தால் என்னை எம். ஜி. ஆர். நீதிமன்றத்தில் சந்திக்கத் தயாரா" என்று பேசினேன்.

உடனே என் மீது வழக்குப் போடப் பட்டது. அந்த வழக்கில் என்ன குறிப்பிட்டிருந்தார்கள் தெரியுமா?

நீதிபதியிடத்திலே எம்.ஜி.ஆர். சார்பாக அவருடைய வழக்கறிஞர் என்ன சொன்னார் தெரியுமா?

நான் பேசிய பேச்சின் காரணமாக எம். ஜி. ஆரு டைய புகழுக்கும் கௌரவத்திற்கும், அவருடைய கட்சி யிலும்,

நண்பர்களிடத்திலும் சமுதாயத்திலும் அவருக் கிருந்த செல்வாக்கிற்கு நான் களங்கம் ஏற்படுத்தி விட்டேன். எனவே என் மீது மான நட்ட வழக்கு என்று போட்டு என்னை தண்டிக்க வேண்டும் என்று நீதிமன்றத்திலே என் மீது வழக்குப் போட்டார்.

நான் நீதிமன்றத்துக்கு இரண்டு மூன்று தடவை போனேன். ஆனால் எம்.ஜி.ஆர். வரவில்லை. திடீரென்று எங்களது வழக்கறிஞர் கழக சட்டத்துறை செயலாளர் என். கணபதிக்கு ஒரு கடிதம் வந்தது.

சென்னை சிட்டி சிவில் கோர்ட் அரசு வழக்கறிஞர் எஸ். கே. ராசவேலு என்பவரிடமிருந்து அந்த கடிதம் வந்தது. அதில் என்னையும் முரசொலி மாறனையும் குறிப்பிட்டு என்ன சொல்லுகிறார் தெரியுமா?

"உங்களுடைய கட்சிக்காரர்களாக (கிளையன்ட்) இருக்கின்ற கருணாநிதிக்கும். முரசொலி மாறனுக்கும் இன்னதேதியில் நீதிமன்றத்தில் ஆஜராக வேண்டும் என்று நீதிமன்றம் உத்தரவு இட்டிருந்தால்கூட அவர்கள் ஆஜராக தேவையில்லை."

என்ன காரணமென்றால் முதலமைச்சரின் மானம் பறி போகிறது என்றும் கருணாநிதி பேசிய பேச்சு உண்மைக்கு புறம்பானது என்றும், களங்கம் ஏற்படுத்துவதற்காகவே பேசினார் என்றும் அதற்காக இந்திய குற்றவியல் பிரிவின் கீழ் அவர் மீது வழக்கு ஒன்று போட்டிருந்தனர். அந்த வழக்கை அவர்களாகவே வாபஸ் வாங்கிக் கொண்ட னர். ஆகவே நான் நீதிமன்றத்திற்கு வரத் தேவையில்லை, என்று கூறியிருந்தார்கள்.

நான் எம்.ஜி.ஆரை கேட்கிறேன். உமக்கு வக்கிருந்தால், வகையிருந்தால், தெம்பு இருந்தால், திராணி இருந்தால் வீரம் இருந்தால் நீதிமன்றத்தில் என்னை சந்தித்து இருக்க வேண்டாமா?

எவ்வளவு பயங்கரமான வழக்கு? எம்.ஜி.ஆர். கோடி கோடியாய் கொள்ளை அடிக்கிறார். சாராய சாம்ராஜ்யத்தில் ஊழல் செய்கிறார் என்றும் பேசினேன். இன்றைக்கும் சொல்லுகிறேன். நான் அப்படி பேசினேன். அதை முரசொலியிலே முரசொலி மாறன் வெளியிட்டார். எங்கள் இரண்டு பேர் மீதும் வழக்கு மூன்றாண்டு காலம் நடை பெறுகிறது.

திடீரென்று எம். ஜி. ஆருக்காக வாதாடிய அரசாங்க வழக்கறிஞர் "அந்த வழக்கை திரும்ப பெற்றுக் கொண்டு விட்டோம். எனவே உங்களது கட்சிக்காரரர்கள் கருணா நிதியும், மாறனும் கோர்ட்டுக்கு வரத் தேவையில்லை.' என்று சொல்கிறார்கள் என்றால் இதைவிட இவர்களுடைய லஞ்சத்திற்கும், ஊழலுக்கும் வேறு ஒரு உதாரணம் தேவையா?

இதற்கு எம்.ஜி.ஆர். தருகின்ற பதில் என்ன? எஸ். டி. எஸ். எடுத்து வைத்திருக்கிற குற்றச்சாட்டுகளுக்கு எம்.ஜி.ஆர்.தருகிற பதில் என்ன?

தமிழகத்திலே ஏழாண்டு காலமாக ஒரு ஊழல் ஆட்சி நடைபெற்று வருகிறது. இந்த ஊழல் சாம்ராஜ்யத்தின் துணையை வைத்துக்கொண்டு எதை வேண்டுமானாலும் செய்யலாம், யாரையும் எப்படியும் ஆட்டிப் படைக்கலாம் என்று எண்ணிக் கொண்டுதான் டில்லியிலே இருக்கின்ற பிரதமர் இந்திரா காந்தி அம்மையார் அவர்கள், எதையும் தன் இஷ்டப்படி செய்யலாம் என்று வந்திருக்கிறார்கள்.

ஆனால் அவர் இஷ்டப்படி எதையும் செய்துவிட முடியாது என்று ஆந்திராவில் அணையிட்டு தடுத்து இருக்கிறோம். அந்த வெற்றிச் செய்தியைத்தான் காலையிலே மாநாட்டு தலைவர் கிருஷ்ணமூர்த்தி மகிழ்ச்சியோடு தெரிவித்தார்.

அந்தச் செய்தியை தெரிவித்த கிருஷ்ணமூர்த்தி நேற்று பேசும்போது, ஒன்றை குறிப்பிட்டார். அவரைத் தொடர்ந்து மாநாட்டு திறப்பாளரும் குறிப்பிட்டார். அதைத் தொடர்ந்து நாஞ்சிலாரும் பேசினார், அதனைத் தொடர்ந்து நம்முடைய பேராசிரியரும் குறிப்பிட்டார்.

இந்தியாவிலே இன்றைக்கு இருக்கின்ற ஆட்சி அமைப்புமுறை-ஜன நாயகமுறை மாற்றப்பட்டு, ஜனாதிபதி ஆட்சிமுறை- ஜனாதிபதி ஆட்சிமுறை என்றால், டெல்லிப் பட்டணத்திலே இருக்கின்ற பெரிய கட்டிடத்திலே அமர்ந்து ஜெயில்சிங் மத்திய அரசின் கைப் பாவையாக இருக்கின்றாரே அதுபோல அல்ல!.

இலங்கையில் ஜெயவர்த்தனே இருக்கிறாரே, அது போன்ற ஜனாதிபதியாக, இங்கே இந்திராகாந்தி ஆளத் துடிக்கிறார். இப்போது ஜனாதிபதி ஆட்சி முறை வரு வதால், ஜனநாயகத்திற்கு ஆபத்து வராது என்று சொல்லுகிறார்கள்.

புலி பாய்வதால் குழந்தையின் உடம்பிலே காயம் ஏற்படாது என்று சொன்னால் அது எப்படி, பைத்தியக் காரத்தனமோ- பாம்பு கடித்தால் விஷம் ஏறாது என்று சொன்னால் அது எவ்வளவு முட்டாள்தனமோ - அல்லது மற்றவர் களை முட்டாள்களாக எண்ணிக் கொண்டிருக்கிறார் களோ!

அதைப் போலத்தான் ஜனாதிபதி ஆட்சி முறை வந்தால் ஜனநாயகத்திற்கு கேடு வராது என்று எடுத்து வைக்கின்ற வாதம்.

உதாரணத்திற்கு ஒன்றைச் சொல்கிறேன். இன்றைக்கு இலங்கையிலே ஜெயவர்த்தனே - அங்கிருந்த பாராளுமன்ற முறையை தகர்த்து விட்டு அதிபராக வந்த பிறகு அங்குசிறுபான்மையினராக இருக்கின்ற தமிழர் களின் கதிஎன்ன? எண்ணிப்பாருங்கள். என்ன ஆயிற்று? அவர் அதிபர். எதையும் எந்த நேரத்திலும் செய்யக் கூடிய ராணுவத்தைக் கையில் வைத்திருக்கக் கூடியவர். சிறுபான்மை மக்களுக்கு அங்கு பிரதிநிதித்துவம் இல்லை. எனவேதான்

இலங்கையில் அதிபர் ஆட்சிமுறையால் அங்கு சிறுபான்மையாக இருக்கின்ற ஈழத் தமிழர்கள் நாள்தோறும் செத்து மடிகிறார்கள். தமிழச்சிகள் கற்பிழக் கிறார்கள். தமிழ் மழலைகள் பாறையில் மோதபப்பட்டு மண்டை சிதறுண்டு இறக்கின்றன. இது இலங்கையில் நடைபெறுகின்ற கோரக்காட்சி. அதிபர் ஆட்சி முறையி னால் அங்கு எழுந்திருக்கின்ற கிளர்ச்சி எங்கே போய் நிற்கிறது? எங்களால் இந்த அதிபர் ஆட்சியின் கீழ், சிங்களவர்களின் பெரும்பான்மை ஆதிக்கத்தின் கீழ் இருக்க முடியாது. ஆகவே எங்களுக்கு தனித் தமிழ் நாடு வேண்டும் என்று இலங்கையில் தமிழன் கேட்கின் றான் - சிறுபான்மையாக ஆகி விட்ட காரணத்தால்!

இந்திரா காந்தியைக் கேட்கிறேன்; பாகிஸ்தானில் அதிபர் ஆட்சிதான். யாகியாகான் ஆட்சி. அந்த அதிபர் ஆட்சியிலேதான் சிறுபான்மையாக இருந்த வங்கதேசத்து மக்கள் புரட்சி செய்தார்கள். அதிபர் ஆட்சிமுறையை தாங்கிக்கொள்ள இயலாது என்றார்கள். அதன் விளைவு பாகிஸ்தானிலிருந்து பிரிந்து பங்களாதேஷ் உருவாயிற்று.

அதைத்தான் இந்திரா காந்திக்கு சொல்கிறேன், இங்கே இந்தியாவில் அதிபர் ஆட்சி என்றால் இந்தி பேசுகிற மாநில மக்கள்- உத்தரபிரதேசம், மத்தியபிர தேசம், பீகார் ஆகிய மாநில மக்கள் பெரும்பான்மை யானவர்கள் அளிக்கிற வாக்குகளை பெறுபவர்கள் இந்தி யாவில் அதிபராக முடியும்.

ஆக இந்தி ஆதிக்கக்காரர்கள் வாக்குகளைப் பெறு பவர்தான் இந்தியாவின் அதிபராக முடியும். அப்பொழுது சிறுபான்மையாக இருக்கின்ற தமிழ் பேசுகிறவர்கள் -தெலுங்கு, மலையாளம், கன்னடம் ஆகிய மொழிகளைப் பேசுபவர்கள் என்ன ஆவது?

அந்தக் கேள்வி எழுமேயானால் எப்படி இலங்கை யிலே தமிழன் தனிநாடு வேண்டும் என்று கேட்கிறானோ ; எப்படி பாகிஸ்தானிலிருந்து பிரிந்து பங்களாதேஷ் ஏற் பட்டதோ

அதைப் போல இந்தியாவிலே பல தனி நாடு கள், நாட்டுப் பிரிவினைகள் ஏற்படும்; அதிபர் ஆட்சி முறையினால்.

இந்திராகாந்தி அம்மையார் அவர்களே! இதை எச்சரிக்கையாக எடுத்துக் கொண்டு சிந்தனை செய்யுங்கள்.

விவாதம் நடத்துவதாகச் சொல்கிறார்கள். வீபரீதம் ஏற்படும். இப்போதே எச்சரிக்கிறோம். ஒரு வகையிலே கெடுதியும் நன்மையாக முடியும். பாதகங்களும் சாதகங்களாக ஆகும். ஆக இந்த அதிபர் ஆட்சி முறையினால் "உங்கள் அண்ணா கண்ட கனவு ஒருகாலத்தில் நனவாகும்" என்று ஜாடையாக சொல்லுவார்களேயானால் அதிபர் ஆட்சி முறையை கொண்டு வரட்டும். எங் களுக்கு அட்டியில்லை, என்று கூறி எடுத்துச் சொல்லப் பட்ட விஷயங்களை மற்றவர்களுக்கும் விளக்கிட வேண்டுமென்று உங்களையெல்லாம் கேட்டுக் கொள்கிறேன்.

★ ★ ★

9 788199 645080

Printed at Repro India Ltd.